அக வரிகள்

முனைவர் என்.மாதவன்

வெளியீடு

வெளியீடு - 64

ISBN - 978-93-82810-28-5

அக வரிகள்
(முகநூல் பதிவுகள்)
முனைவர் என்.மாதவன்

முதல் பதிப்பு : ஜூலை 2016
வடிவமைப்பு : வந்தை முருகு
பக்கம் : 64
அச்சாக்கம் : எம்.வி.ஆப்செட் பிரிண்ட்ஸ், சென்னை.
வெளியீடு : அகநி வெளியீடு, 3, பாடசாலை வீதி,
அம்மையப்பட்டு, வந்தவாசி - 604 408.
பேசி : 98426 37637 / 94443 60421
மின்னஞ்சல் : akaniveliyeedu@gmail.com

விலை : ரூ.40

மனச் சித்திரங்கள்...

'உள்ளத்தில் உள்ளது கவிதை' என்பார்கள். கவிதை மட்டுமா, மனித உள்ளங்களிலிருந்துதானே அன்பு, மனித நேயம், சமூக அக்கறை எல்லாமும் ஊற்றெடுக்கிறது. ஒவ்வொரு தனி மனிதனும் நாமும் இந்த சமூகத்தின் அங்கமே என்கிற உணர்வை பெறும்போது, அவனுக் குள்ளிருந்து பேரன்பும், சமூகத்தின் மீதான காதலும், கொஞ்சம் கவிதையும் நிச்சயம் பிறக்கும்.

என்.மாதவன் ஒரு சமூகக் காதலர். கடந்த கால் நூற்றாண்டுகளாக அவரையும், அவரின் செயல்பாடுகளையும் அருகிருந்தும், சற்றே தள்ளி நின்றும் கவனித்து வருபவன் என்ற வகையில் ஒன்றை மட்டும் என்னால் உறுதியாக சொல்ல முடியும்; மாதவனும் அவரது எழுத்தும் வேறுவேறல்ல..!

எதையும் விலகி நின்று வேடிக்கை பார்ப்பவரல்ல என்.மாதவன். உள்ளார்ந்த ஈடுபாட்டுடன் தனது பங்களிப்பையும் செய்பவர். களத்தில் நின்று செய்யும் திறனும் மனமும் படைத்தவர். யாரோடும் பார்த்த கணத்திலேயே அன்பு பாராட்டும் சிறந்த பண்பாளர். குறைகளை மட்டுமே அகலத் திரையில் பார்த்து குற்றம் சொல்லும் மனிதர்கள் நிறைந்த உலகில், நிறை பார்த்து பாராட்டுகின்ற பக்குவமானவர்.

இத்தனை நற்குணங்களும் ஒருங்கே பெற்ற என்.மாதவன் முகநூலில் எழுதிய சில 'அக வரிகள்' கவிதைகளாய், கருத்துச் சிந்தனைகளாய், பொன்மொழிகளாய், மேலும் சில தத்துவங்களாய் இருப்பதில் வியப்பேதுமில்லை. கட்டுரைகள், மொழிபெயர்ப்பு, களப் பணி, கல்வியில் புதுமை, குழந்தைகளின் உலகில் தானுமொரு குழந்தை... என எப்போதும் உயிர்ப்போடும் நேர்த்தியோடும் இயங்கிவரும் என்.மாதவன், எதையும் கற்றுக் கொள்வதில் மட்டுமல்ல, கற்றுக் கொடுப்பதிலும் வல்லவர். அவரின் மனச் சித்திரங்களே இந்நூலில் நம் கவனத்தை ஈர்க்கும் கவி வரிகளாக மிளிர்கின்றன.

'வலிந்து சென்று/வண்டுகள்/பேசக் காரணமே.../பூக்களின் மொழி/ மௌனமாயிருப்பதால்தான்.' 'எப்போதும் குழந்தைகளால்/மட்டுமே முடிகிறது/தவறுகளிலிருந்து கற்க.' போதும்... இந்த இரு வரி பதமே என்.மாதவனின் சமூக அக்கறைக்கும், கவிதை ஆர்வத்திற்கும் சான்றாக.

தொடர்ந்து கல்வியில், எழுத்தில் இன்னும் சிறப்புகளைப் பெறுவார் என்கிற மிகுந்த நம்பிக்கையோடு எனது தோழமை கனிந்த வாழ்த்துக்கள்.

- **மு.முருகேஷ்**

அக நூல் வெளியிலிருந்து

முக நூல் பக்கத்திற்கு...

கவிதை மனம் என்பது மனிதர்களுக்கு இயற்கை அளித்திருக்கும் வரம் என்றே தோன்றுகிறது. முன்னோர் மொழி எனப்படும் பழமொழியோ, விடுகதைகளோ, தெருக்கூத்து வசனங்களோ, குழந்தைகளைக் கொஞ்சும் மொழியோ, காதல் பித்தேறிப் பிதற்றும் (அப்படிச் சொன்னால் தானே அந்தக் காதலுக்கு மரியாதை!) பேச்சோ, சினத்தில் தெறிக்கும் வசவுகளோ, தெருச் சண்டையோ எல்லாவற்றின் உட்கருவாகவும் ஒரு கவிதை திகழ்வதைப் பார்க்க முடியும். திரைப் படத்தில் நச்சென்று வந்துவிழும் நகைச்சுவைத் துளிகளையே கொஞ்சம் உட்கார்ந்து அலசிப் பார்த்தால் எதுகையும், மோனையும், சந்தமும் சொந்தம் கொண்டாடுவதைப் பார்க்க முடியும்.

மொழியின் உணர்ச்சிமிகு பக்கத்தில் வாழ்கிறது கவிதை. மலர்ச்சியும், நெகிழ்ச்சியும், இறுக்கமும், உருக்கமும், கொண்டாட்டமும், திண்டாட்டமும், வாழ்வும், தாழ்வும், மயக்கமும், கலக்கமும், முயற்சியும், எழுச்சியும், சீற்றமும், ஈரமும்... என்னதான் இல்லை கவிதையில்... கொஞ்சவும் மிஞ்சவும் செய்கிறது கவிதை. ஆரத் தழுவும் கவிதை சிலபோது வாரித் தூற்றவும் செய்கிறது. ஆற்றாமையைப் பேசும் கவிதை, ஆகவேண்டியதையும் பேசத் தான் செய்கிறது.

அச்சுக்குக் காத்திருக்க வேண்டிய தேவையற்ற சமூக ஊடக காலத்தில் அக நூலில் உருவாகும் கவிதைகளை உடனுக்குடன் முக நூலில் இடுகை செய்துவிட முடிகிறது. முகநூலில் பொறித்த மாத்திரத்தில் எண்ணற்ற வாசகர் பார்வைக்குத் தெறிக்கவும் செய்கின்றன கவிதை வரிகள். முக நூல் பக்கங்கள் அவ்வப்பொழுது முன்னெழுந்துவரும் செய்திகள், நிகழ்வுகள், விவாதங்கள் இவற்றை ஒட்டியே பேசுகின்றன, பெரும்பாலும். தாக்கம் மிகுந்த பதிலை அல்லது அதிகம் பேசப்படும் கருத்தை அல்லது எல்லாவற்றையும் விஞ்சி நிற்கும் ஒரு தீப்பொறியாக ஒரு எண்ண ஓட்டத்தைப் போட்டி போட்டுப் பதிவு செய்கின்றனர் முக நூல் பதிவாளர்கள். கவிதையில் காதலுற்றிருப்பவர்கள் விடுவார்களா, அப்புறம்!

அன்பர் மாதவன் பொதுவாகவே மெல்லியல்புகளின் நேயர். சமூக கரிசனமும், கல்வி நிலை குறித்த மேலதிக அக்கறையும்,

பொறுப்புணர்வும் அவரது எழுத்தில் எப்போதும் மிகுந்திருக்கும். அவரது கட்டுரைகளில் குழந்தைகள் உலகத்தைப் புரிந்து கொள்ளுமாறு அவர் பெரியவர்களிடம் மன்றாடிப் பேசும் குரலைக் கேட்க முடியும். விளையாட்டைத் தொலைக்காத, குழந்தைமையை முழுக்கத் துய்க்கிற, அன்பைக் கொண்டாடுகிற உலகத்தையே சமூகவியலாளர்கள் குழந்தைகளிடம் ஒப்படைக்க வற்புறுத்திக் கொண்டிருக்கின்றனர். அதன் பிரதிபலிப்புகளை மாதவன் படைப்புகளில் பார்க்க முடியும். ஆசிரியப் பணியில் (தற்போது அரசு நடுநிலைப் பள்ளி ஒன்றின் தலைமை ஆசிரியராகவும்!) இயங்கிக் கொண்டிருக்கும் மாதவன் ஓர் இலக்கிய ஆர்வலராக இருப்பது பாராட்டத்தக்க அம்சம்.

மனிதர்களது இயல்புணர்ச்சி சக உயிர்களிடம் அன்பு பாராட்டுவது, பகிர்ந்து கொள்வது, இன்பத்தில் சேர்ந்திருப்பது, துயரவேளைகளில் தோள் கொடுப்பது, ஒன்றாக நின்று இடர்களைப் போராடி வெல்வது. ஆனால் உலகமய காலம் எல்லாப் பண்பாக்கங்களையும் சிதைத் திருப்பதை அதிர்ச்சியோடு பேசும் குரல்களில் மாதவன் குரலும் ஒன்று. மாற்றத்திற்கான அல்லது இயல்புநிலை மீட்சிக்கான போராட்டத்தைப் பண்பாட்டு வெளியிலும் நடத்த வேண்டி இருக்கிறது. ‘நல்லதைக் கொண்டாடுவது மட்டுமல்ல நல்லது அல்லாததை எதிர்த்துப் போராடுவதுமே நல்லவர்க்கு அழகு’ என்பார் தீபம் நா.பார்த்தசாரதி. அந்த விதத்தில் சம கால விஷயங்கள் பலவற்றின் மீதான தமது எதிர் வினையை முகநூலில் கவிதை வரிகளாக அவ்வப்பொழுது வெளிப் படுத்தி வந்திருப்பதை இப்போது ஒரு தொகுப்பாக அச்சில் நமக்கு வழங்கி இருக்கிறார் மாதவன்.

அக வரிகள் என்று நம்முன் ஓடிக்கொண்டே இருக்கும் இந்தத் தெள்ளிய நீரோட்டத்தில் சட்டென்று ஈர்க்கும் வண்ண மலர்களும், அழைக்கும் தளிர்களும், வெயிலில் மின்னும் வைரப் பொட்டுகளும் மட்டுமின்றி மேலாகப் பறந்து செல்லும் பறவைகளின் குரல்களும் உள்ளடக்கமாக அமையப் பெற்றுள்ளன.

அன்பைப் பேசும் பல இடங்கள் உண்டு, அதிகாரத்தைக் கேள்விக்குட்படுத்தும் இந்த வரிகள் அருமையானவை:

‘யாரையாவது தாக்கத்தான் / நமக்கு அதிகாரம் வேண்டும் / மற்றபடி –/ அனைத்தையும் / சாதிக்க வல்லது /எப்போதும் அன்பு மட்டுமே...’

செருக்கை விடத் தன்னடக்கம் எத்தனை மேலானது என்பதைப் பேச அவர் புத்தகங்களையும், இயற்கையையும் அழைப்பது வித்தியாசமானது.

வரதட்சணைக் கொடுமையை வேதனையோடு பேசுகிறது இன்னொரு கவிதை:சுற்றுச் சூழல் மாசுபடுத்தல் பற்றி நிறையப் பேசும் வரிகளில் சமூக அக்கறை வெளிப்படுகிறது.

கல்வி நிலையின் அவலங்களைப் பல்வேறு அம்சங்களைத் தொட்டுப் பேசும் வரிகள் இந்தத் தொகுப்பில் முக்கியமானவை என்று எனக்குப் படுகிறது.

மென்மையான சமூக விமர்சனம் போலத் தோன்றும் இந்த வரிகளைப் பாருங்கள், உடுமலைப்பேட்டையில் சங்கரைப் பலி கொண்டது போன்ற சாதி ஆணவக் கொலைகள் பட்டப்பகலில் மக்கள் நெரிசல் நிறைந்த வெளியில் நடப்பதைச் சொல்வதாகவே பட்டது:

'குற்றங்கள் நடைபெற / இருட்டுக்கு அவசியமில்லை / வெளிச்சத்தில் / யாரும்/ கண்டுகொள்ளாத சூழல் / அமைந்தாலே போதும்.'

தும்பிகளையும், மழையையும் சேர்த்தே தொலைத்த தலைமுறையை, கொண்டாட மறுப்போரையும் அன்பு கொண்டாடத் தெரியும் குழந்தைகளின் பரந்த மனத்தை, சின்னச் சின்ன வசதிக்குறைவைப் புலம்பி சிற்றூர்களிலிருந்து வெளியேறி நகரத்தின் பெரிய பெரிய வசதிக் குறைவான வாழ்க்கைக்குப் பழகிக் கொள்ளும் முரண்பாட்டை, மக்கள் நலம் மறக்கும் அரசியலை, கற்பதை நிறுத்துபவர்கள் கற்பித்தலையும் நிறுத்துவது நல்லது என்ற தெளிவை..... என வாழ்வியல் அம்சங்களை அதனதன் சமூக, அரசியல், பொருளாதார, பண்பாட்டு வெளியில் அடையாளப்படுத்திப் பேசுகின்றன அக வரிகள். சமூகத்தின் தன்மைகள் பலவற்றின் மீதான வலுவான அவரது கருத்துக்களைக் கொண்டு வந்து தருகின்றன அவை. வாழ்த்துக்களோடு வரவேற்போம் இந்தத் தொகுப்பை.

முக நூலின் அவசரம் எழுதுகோலைப் பற்றி இழுக்கும் வேகம் சில கவிதைகள் அவை சென்றடைந்திருக்கக் கூடிய செறிவை மறுத்திருப்பது புரிகிறது. அழகியல் சார்ந்து மட்டுமல்ல, கூடுதல் அழுத்தமும், தெறிப்பும் கொண்டதாகவும் கவிதைகள் வெளிப்பட ஏற்ற சூழலை அக வரிகள் கோருகின்றன. முக நூலுக்கான நட்பு அழைப்பை ஏற்றுக் கொள்வதுபோலவே இந்தக் குரல் அழைப்பையும் மாதவன் எடுத்துக் கொண்டுவிட்டால் 'லைக்ஸ்' அள்ளிக்கொண்டு போகும் என்று தோன்றுகிறது.

அகத்தின் குரலைப் பதிவு செய்திருக்கும் அகநி வெளியீட்டகம் கவிஞர் மு.முருகேஷ் பாராட்டுக்குரியவர்.

- **எஸ்.வி.வேணுகோபாலன்,**
கோடம்பாக்கம்
சென்னை - 24

முகநூல் தந்த முகவரி

பலரும் துவங்குவது போலவே ஒரு சுபயோக சுபதினத்தில் நானும் ஒரு முகநூல் கணக்கைத் துவங்கினேன். துவங்கினேன் என்பதை விட எனது மின்னஞ்சல் மூலம் அதுவாகவே உருவானதாகக் கூட நினைவு. எனது ரெடிஃப் மின்னஞ்சல் மூலம் முகநூலில் நுழைந்தேன். ஒரு கட்டத்தில் அதில் வந்த நல்ல தகவல்களைப் பகிரத் தொடங்கினேன். பின்னர்தான் தெரிந்தது நாமும் அது போல தகவல்களைப் பகிரலாம் என்று.

எனக்கு என்ன தெரியும்..? இதுநாள்வரை வகுப்பறை, குழந்தைகள், அவர்களது உரிமைகள், கொஞ்சும் சுற்றுச்சூழல், சமூக முரண்களை விமர்சிப்பது என்பதாகவே இருந்துவிட்டேன். இது கூட எனக்கு தமிழ்நாடு அறிவியல் இயக்கம் தந்த கொடை. இப்படியாக பல்வேறு சிந்தனைகளைப் பகிர்ந்தேன். ஒரு கட்டத்துக்கு மேல் நிறைய நண்பர்கள் அதனை விரும்புவதையும் கவனித்தேன். நண்பர்கள் தந்த பாராட்டில் நிறைய எழுதத் தொடங்கினேன். அவை கவிதைகளா? சிந்தனைகளா? நறுக்குகளா? என்னவென்பதை நீங்களே முடிவு செய்து கொள்ளுங்கள். இவற்றை புத்தகமாக்கும் எண்ணம் எதுவும் தோன்றவில்லை. ஆங்காங்கே கூட்டங்களுக்குச் செல்லும்போது பல நண்பர்களும் இவை தொகுப்பாக வரவேண்டும் என்ற விருப்பத்தினைத் தெரிவித்தனர். இது போதாதா..? எனது முதல் கவிதைத் தொகுப்பான 'வடக்கே தோன்றும் வானவில்' ஹைக்கூ தொகுப்பினை நண்பர் மு.முருகேஷ் அவர்கள்தான் கொண்டுவந்தார், அவரிடம் இந்த விருப்பத்தினைத் தெரிவிக்க, அவர் அதற்கான செயல்வடிவத்தினைக் கொடுத்தார். இதுதான் எனது முகநூல் வரிகளான 'அக வரிகள்' உங்கள் கைகளில் நூலாகியுள்ளது.

எனது முகநூல் நண்பர்களில் பலரையும் நான் இங்கே குறிப்பிட வேண்டும். ஆனால், அதுவே ஒரு தொகுப்பாகிவிடும். எனவே, மற்ற நண்பர்கள் பொறுத்தருள்வார்கள் என்ற நம்பிக்கையில் ஒரு சிலருக்கு என் நன்றிகளைத் தெரிவிக்கின்றேன். திருவாளர்கள் ஆரோக்கிய டொமினிக் ராஜ், சசிகுமார் (கன்னியாகுமரி), அ.ஜெயராஜ், ஆர்.சீனுவாசன், ஆசிரியர்கள் ஆனந்த், ரமேஷ், சம்பத், அசோக் (அச்சிறுப்பாக்கம்), ஐ.குழந்தைசாமி (தஞ்சாவூர்), எனது அண்ணன் மகள் ஸ்ரீமதிரங்கராஜன் (சென்னை), நி.அன்பழகன், கு.தீனதயாளன், ஜாஹிர் ஹுசேன், மோகன்ரவி, ராஜன் ஜெயச்சந்திரன், பாரதிராஜா (உத்திரமேரூர்), ஜனார்த்தனன் (சென்னை),

ஏ.சி.எஸ்.மணி (மதுராந்தகம்), ஆர்.தட்சிணாமூர்த்தி, ஜெ.கிருஷ்ணமூர்த்தி (புதுச்சேரி), பொ.ராஜமாணிக்கம் (மதுரை) இப்படியாக பட்டியல் இன்னும் நீளும்.

இந்நூலுக்காக அணிந்துரை கேட்டபோது, உடனே உவந்து எழுதிக் கொடுத்த வாழும் திகசி எஸ்.வி.வேணுகோபாலன் அவர்கள் எனது மிகுந்த மரியாதைக்குரியவர். முகமே தெரியாத பலரது கட்டுரைகளை வாசித்து அடுத்தவருடன் பகிர்பவர். அவருக்கு எனது மனமார்ந்த நன்றிகள்.

இந்நூலை அழகுற கொண்டுவருவதுடன் அழகானதொரு வாழ்த்துரை வழங்கியுள்ள எனது பாசமிகு நண்பர் திரு.மு.முருகேஷ், தன் வாழ்நாளில் எத்தனையோ கவிஞர்களை ஆதரித்து அரவணைத்து வெளிஉலகிற்கு அறிமுகம் செய்யும் அற்புதமான பணியைச் செய்துவருகிறார். அவருக்கும் எனது மனமார்ந்த நன்றிகள்.

இந்த நூலுக்காக எனது டைம்லைனிலிருந்து எடுத்துத் தரும் அரும்பெரும்பணியை எனது முன்னாள் மாணவி தேவிஸ்ரீ (CIT Computers, அச்சிறுப்பாக்கம்) செய்து கொடுத்தார் அவருக்குத் தான் என்மீது எவ்வளவு மரியாதையும் அன்பும். அவருக்கும் எனது நன்றிகள்.

எனது துணைவியார் திருமதி பா.விஜயலட்சுமி, நான் புதிதாய் சில விஷயங்கள் செய்கிறபோது 'இன்னொரு கை நீளுது' என்பார். ஆண்ட்ராய்டும் கையுமாய் நான் அமர்ந்த நாட்களில் நான் வீட்டின் வேலைப் பகிர்வினை செய்ய தவறுவேன். அவரோ எப்போதும்போல் புன்முறுவலோடு முகநூலில் சஞ்சரிக்க அனுமதித்தார். அவருக்கு எனது மனமார்ந்த நன்றிகள்.

எனது மகன்கள் மா.வி.கிருஷ்ணகுமாரும், மா.வி.கிஷோர்குமாரும் தனது செயல்பாடுகள் மூலம் குழந்தைகள் உலகைக் காட்டுவர். அவர்களுக்கு இணையாக எனது பள்ளிக் குழந்தைகளும் போட்டியிடுவர். அவர்களுக்கும் எனது நன்றிகள்.

நிறைவாக, ஆனால் உறுதியாக இதனை வாசித்து என்னைச் செதுக்க உள்ள வாசக நண்பர்களுக்கும், முகநூல் நண்பர்களுக்கும், முகநூல் நட்புக்கு அடித்தளமிட்ட முகநூல் நிறுவனத்திற்கும் எனது மனமார்ந்த நன்றிகள்.

- **என்.மாதவன்**
thulirmadhavan@gmail.com
மாநில செயற்குழு உறுப்பினர்,
தமிழ்நாடு அறிவியல் இயக்கம்.

76 - மதூர் கிராமம் மற்றும் அஞ்சல்,
வழி எலப்பாக்கம் - 603 201.

ஜ

அருகமைப்பள்ளியின்
அவசியத்தை
வேறுயாரையும் விட
அழுத்தமாய் ஆழமாய்
புரியவைக்க முயல்கிறது...
மழையும் வெயிலும்.

ஜ

தாழ்வான இடங்களை
நோக்கியே பாய்வது
வெள்ளம் மட்டுமல்ல...
வேதனைகளும்தான்.

ஜ

ஐ

குழந்தைமைக்கு
பெற்றோர் இடும் பெயர்
'குறும்பு'
'அட்டகாசம்'
'அடங்காப்பிடாரி...'
இன்னும்... இன்னும்...
கோபத்தில் தெறிக்கும் பெயர்கள்.

ஐ

விடாது பெய்யும் தொடர் மழை.
தமிழில் பிடிக்காத வார்த்தையானது...
விடுமுறை .

ஐ

வேறு எதையும் விட
உலுக்குகிறது
ஈடுசெய்யவேண்டிய
நாட்களின்
பட்டியல் நீட்சி.
என்ன செய்வது
ஒரே செய்திதான்;
சிலருக்கு சந்தோசத்தையும்
சிலருக்கு வருத்தத்தையும்
தந்து விடுகிறதே...!

ஐ

ஐ

கிடைக்கும் வசதிக்கேற்ப
எல்லோருமே
கற்றுக் கொள்கிறோம்...
சோம்பேறிகளாகும் கலையை.
ஐ

வழித்தடங்களை மறிக்கும்
கட்டிடங்களை
எல்லா நேரங்களிலும்
மன்னிப்பதில்லை...
பாய்ந்தோடி வரும்
தண்ணீர்.
ஐ

நமது
தார் வளம்
சல்லி வளம்
சாலை வளம்
பொருளாதார வளம்
மனித வளம் என
எல்லா வளங்களையும்
அடித்துச் சென்று
கடலில் சேர்த்து விடுகிறதே...
நமது நீர் வளம்.
ஐ

ஐ

தீவிரவாதத்தால்
தமது இலக்குகளை
அடைய முயற்சிப்போர்
யாருக்கும்
தனது இலட்சியத்தைத் தவிர
எதுவும்
முதன்மையாய் தெரிவதில்லை...
மனித உயிர்கள்
உட்பட.
ஐ

பருவ மழை கொட்டியதில்
மூழ்கிப் போனது...
பருப்பு விலை குறித்தான
காரசார விவாதங்கள்.
ஐ

∞

குழந்தைகள்
கொண்டாடும்
மழையைக்
கொண்டாடுவதா
இல்லை...
குழந்தைகளை
நாம்
கொண்டாட வேண்டிய
குழந்தைகள் தினத்தைக்
கொண்டாடுவதா...
கேள்விகளால் நீளும்
கொண்டாட்டங்கள்.

∞

மண்ணின்
தாகம்
தணியும்முன்,
சூறையாடும்
வேகத்துடன்
சூரியன்.

∞

புவியெங்கும்
மழைநீர்
புன்னகையோடு
அடுத்தகட்ட
பயணத்திற்குத்
தயாராய்...

∞

ஐ

பனித்துளிகளும் நட்சத்திரங்களும்
தங்களில் யார் அதிகமென
எண்ணி முடிப்பதற்குள்
முடிந்துவிடுகின்றன...
மார்கழி இரவுகள்.
ஐ

பொழுதும் படிப்பும்
போட்டியிடுவதை
எட்டி நின்று
வேடிக்கைப் பார்த்து
ஏங்குகிறது...
குழந்தைமை.
ஐ

ஐ

என்றோ ஒரு நாள்
தேர்வு அரக்கனை
மாணவர்கள் சந்திக்க
தினம் தினம்
அரக்கர்களாகிறோம்...
பெற்றோர்களும்
ஆசிரியர்களும்.

ஐ

மழை நீர் சேமிப்பை
வசதியாக
மறக்கும் நாம்
கொசுவை
ஒழிக்க ஒருபோதும்
நினைத்ததாய் நினைவில்லை.
தீமைகளைத்
தற்காலிகமாய் விரட்டவே
கற்றுத்தரும் சமூகம்,
அழித்தொழிக்க
என்றைக்கும்
கற்றுத்தரப் போவதில்லை.
வழக்கம் போல்
அடுத்த ஆண்டும்
குடங்களுடன்
மறியல் செய்வோம்...
கொசுக்களையும்
விரட்டிக்கொண்டே..!

ஐ

ஜ

பண்டிகைகளை
நம்மைவிட
அதிகமாக வரவேற்கிறார்கள்...
வியாபாரிகளும்,
விளம்பரதாரர்களும் மட்டுமே.
ஜ

கொட்டு கொட்டென்று
கொட்டித் தீர்க்கின்றது
மழை
அப்பாக்கள் மீதான
கோபங்களை
பிள்ளைகள்மேல்
காட்டும்
அம்மாக்களைப் போலவே..!
ஜ

கோபத்தில்
ஓங்கி அறையும்
கையால்தான், மறுபடியும்
குழந்தைகளை
அள்ளி அணைத்துக் கொள்கிறார்கள்...
அம்மாக்கள்.
ஜ

ஐ

அன்பின் விதைப்புக்கும்
அறுவடைக்கும்
இடையே நேரும்
இடைவெளியில்
நாம் அனுசரிக்கும் பொறுமையே
கூட்டித் தருகிறது...
மகசூலை.
ஐ

மேகத்தைப் போல
உருவத்தை மாற்றிக் கொள்ள
பாறையால் முடிவதில்லை.
நெகிழ்வில்லாத கணங்களே
வாழ்வில்
மகிழ்வில்லா
கணங்களாகி விடுகின்றன.
ஐ

அலைகளுக்கும்
கொக்குகளுக்குமான
வெண்மைப் போட்டியில்
திகைத்து நிற்கும்
நடுவராய்...
அந்த நீல வானம்.
ஐ

ஒ

பாட்டன்

சொத்தை அழிப்போரை

தட்டாமல் திட்டுகிறது...

சமூகம்.

வாழ லாயக்கற்றதாய்

மாறும்

பூமியை மட்டும்

கண்டுகொள்வதேயில்லை.

ஒ

விதிகளையும்

கேள்விகளையும்

யார் வகுக்கிறார்கள்

என்பதிலிருந்தே

பலனும்

பதிலும்

கிடைக்கிறது...

வாழ்க்கையிலும்,

வகுப்பறைகளிலும்.

ஒ

சமூகம்

அரைகுறை

அறிவுடையதானபின்

விவாதிக்க விட்டு,

வழிக்குக் கொண்டுவரும்

கலையையும் கற்றுள்ளது

'புத்திசாலி' முதலாளித்துவம்.

ஒ

ஐ

சமூகத்தில்
நல்ல எண்ணங்களின் தாக்கம்
அதிகமாவது மட்டுமே
அல்லவைகளைக்
அகற்றுவதற்கான
உடனடி ஆயுதம்.

ஐ

குழந்தைகளை
நம் உயரத்திற்கு
கொண்டுவருவதை விட,
அவர்கள்
உயரத்திற்கு
நாம் குறைவதே
எளிதானதாயிருக்கிறது...
இருவருக்கும்.

ஐ

ஐ

பாலமுருகன்
பழத்துக்காக
கோபப்படுவதை
இரசிக்கும் நாம்,
இரசிக்கப் பழகுவோம்...
நம் குழந்தைகளின்
கோபங்களையும்.
ஐ

விவசாயம் நடக்கவாவது
விவசாயி வாழ வேண்டும்தானே..!
விவசாயியையும்
விவசாயத்தையும
கார்ப்பரேட்டுகள் செய்தால்,
கழனி காடெல்லாம்
எலி பேடாகி
விமானத்தில்
விவசாயம் செய்து,
வெளிநாட்டில் நேரடியாய்
இனி இறக்கிவிடுவார்கள்.
தண்ணீருக்குத்தான்
பஞ்சம் வருமென்றால்,
தரைக்கே பஞ்சம்
வந்திடும்
காலம் வந்துவிட்டதே..!
ஐ

☜

யாரையாவது தாக்கத்தான்
நமக்கு அதிகாரம் வேண்டும்.
மற்றபடி -
அனைத்தையும்
சாதிக்கவல்லது...
எப்போதும் அன்பு மட்டுமே.
☜

சுயநல வாழ்க்கையை
சமூகமும் பள்ளியும்
கூடவே குடும்பமும்
கற்றுக் கொடுத்துவிட்டு,
நாட்டில்
பொதுநலமே இல்லை
புலம்புவதில்
பயனேதுமில்லையே..!
☜

நாம் குளிப்பதற்காக
கடல் அலைகளை
ஓய வைக்கமுடியாது.
நாம் புரிந்துகொள்ளும்வரை
குழந்தைகளாலும்
இழக்க இயலாது...
தங்கள் குழந்தைமையை.
☜

☯

வாழ்க்கையே பிரச்சினையாய்
இருப்போருக்கோ
நாட்டைத் திருத்த நேரமில்லை.
வாழ்க்கைப் பிரச்சினை
இல்லாதோருக்கு
நாட்டைத் திருத்த விருப்பமில்லை.
இரண்டுக்குமிடையில்
சிக்கிக் கொண்டு
ஏதாவது செய்ய முயலும்
சக்திகளுக்கோ
மனித வளமும் பலமும்
போதவில்லையே...
என்ன செய்ய..?
☯

ல

எத்தனை முறை

எவ்வளவு ஆழமாக

கோபித்துக் கொண்டாலும்

ஒரு செ.மீ. புன்னகையால்

இயல்படைய வைத்து விடுகிறார்கள்...

குழந்தைகள்.

ல

அனுபவ பாடங்களை

அதிகமாய் கற்பிக்கின்றன...

வெற்றியாளர்களின்

கதைகளை விட,

தோல்வியாளர்களின் வரலாறுகள்.

ல

எவ்வளவு பணிச்சுமையிருந்தாலும்

புறக்கணிக்க முடியாமல் போகிறது...

குழந்தைகளின் ஒற்றைப் புன்னகை.

ல

பூக்களின்

மணத்துக்கும்

நிறத்துக்கும்

அப்படியென்ன

ஐந்தாம் பொருத்தமோ...

அடடே -

ரோஜாக்கூட முறைக்கிறதே..!

ல

৪৩

'எப்படி வேண்டுமானாலும் வாழலாம்'
என்ற எண்ணத்தைத் தருகிற
கல்வியைத் தராமலும்
பெறாமலும்
இருப்பதே மேல்.
৪৩

வாடிய பயிரைக் கண்டு
வருந்திய ஊர்களில்
விலை நிலமாகும்
விளைநிலங்களைக் கண்டு
வருந்துவதோடு
நின்று விடுதல் சரியோ..?
৪৩

சோர்வாய்ப் பயணிக்கும்
வாழ்வின் நாட்களில் -
பேருந்திலோ
தொடர்வண்டியிலோ
எதிர்வந்து புன்னகைக்கும்
ஒரு குழந்தையின்
சிரிப்பு போதுமானயிருக்கிறது...
வாழ்க்கையை
வண்ணமயமாக்கிக் கொள்ளும்
ஆசிரியருக்கு.
৪৩

ஃ

வேலை நிறுத்த நாளில் மட்டும்
கையில் பையுடன்
காய்கறி
வாங்கச் செல்வோர்கூட
வேலைக்குச் செல்வோரைப் போலவே
பார்க்கிறது மனசு.

ஃ

மனிதர்களின்
நாகரீக மயம்;
இயற்கையின்
'நாகரீகம்' மாயம்.

ஃ

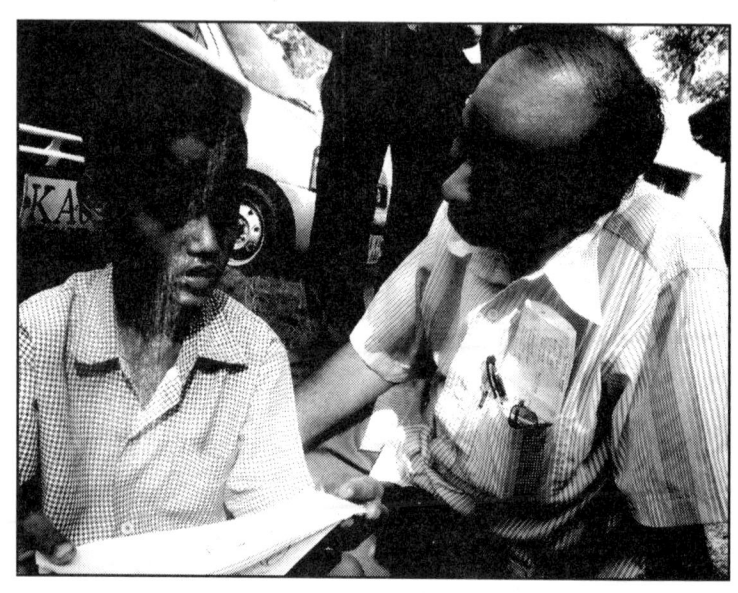

ஃ

மழை விட்ட
இடைவெளியில்
காகிதக் கப்பல்
செய்துவிடும்
குழந்தையொன்றின் கவலை,
தன் கப்பல்
கரை சேர்வதை விட
எதுவாயிருக்க முடியும்..?
ஃ

ஐ

கணக்கில் கொள்ள
இயலாதவை
உப்புச் சத்தியாக்கிரகத்தின்போது
உணவகங்களில்
சாப்பிட்டோர் எண்ணிக்கை
மட்டுமல்ல...
அவர் பெயர் சொல்லி
பிழைப்பு நடத்துவோர்
எண்ணிக்கையும்தான்...
புதிய 'காந்தி கணக்கு.'
மனதில்
நிறுத்த வேண்டியவரை
பணத்தில் மட்டுமே
நிறுத்தியதன் பலன்
இப்படியாகத்தானே இருக்கும்!

ஐ

குழந்தைகளுக்கான
எனது பரிவுகளைப்
பரிகசிக்கின்றனர் பலரும்.
மன்னிக்க இயலாத
குற்றங்களிலிருந்து
தாங்கள்
தப்பிக்கும்
விருப்பங்களால்.

ஐ

ஸு

எவ்வளவு
ஆழமான
மனக் காயங்களிலிருந்தும்
இயல்பாகிவிட முடிகிறதே...
அவர்களால் மட்டும்.
மறதியை
சரியாய்
பயன்படுத்த இயல்கிறது
குழந்தைகளால்.
ஸு

பட்டாம்பூச்சிகளின்
மகரந்த சேவைக்கு
பூக்களின் புன்னகையாகலாம்
சேவைக் கட்டணம்.
ஸு

சுயசார்பிற்கான
வேட்கையும்
தற்காப்பு தேவையுமே
பறவைகளுக்கு மட்டுமல்ல
பறப்பதற்கு கற்றுக்கொள்ள
எல்லோரையுமே தூண்டுகின்றன.
ஸு

ஐ

குற்றங்கள் நடைபெற
இருட்டு அவசியமில்லை!!
வெளிச்சத்திலும்
யாரும்
கண்டுகொள்ளாத சூழல்
அமைந்தால் போதுமே!
ஐ

ஆழம் அதிகரிக்க அதிகரிக்க
அழுத்தம் அதிகரிக்கும்.
இது ஏனோ
சமூகக் கொடுமைகளுக்கு
பிரதியிடப்படுவதில்லை.
ஐ

குழந்தைகள்
தவறிழைக்கக்கூடாது
என்றென்னும்
பெரியோர்களில்
பலருக்குத் தெரிவதில்லை
தவறைக் கற்பிக்கும்
முதல் ஊடகம்
தாங்கள்தானென்று.
ஐ

ஐ

பூக்களின் வாசத்தை
சுமக்கக் காற்றும்
காற்றுக்கு
மணத்தைக் கொடுக்கப் பூக்களும்
என்றைக்கும் தயங்குவதில்லை.
ஐ

நீங்கள் ஒரு தியாகமும்
செய்ய வேண்டாம்.
பூமி அதன் போக்கில்
சுவாசிக்க உதவுங்கள்...
அது போதும்!
ஏனென்றால் -
வாழ இருப்பது
உங்கள் தலைமுறையும்தான்!
ஐ

‘எங்களால் கரிம உபயோகத்தைக்
குறைக்க இயலாது...’
அமெரிக்காவின் குரல்கள்
ஓங்கி ஒலிக்கின்றன
அனைத்து நகரங்களிலும்.
அடுத்ததாய் வசிக்கும்
கிராமங்கள்தான்
மூச்சு திணறுகின்றன.
நம் ஊரெல்லாம்
இப்படித்தான்
முன்னேறுகின்றன...
அயல்நாட்டைப் போல.
ஐ

☜

தம்மைப் புரிந்து கொள்ளவும்
நமக்குப் புரிய வைப்பதற்கிடையே
குழந்தைமையை
ஏதோ
கொஞ்ச நஞ்சம்
கண்டெடுத்துக் கொள்கின்றனர்...
வாய்ப்புள்ள குழந்தைகள்.

☜

ஔவையார் இன்றிருந்தால்...
'குடி'மகன்கள் உயர
கடைகள் உயரும்.
கடைகள் உயர
வருவாய் உயரும்.
வருவாய் உயர
இலவசங்கள் உயரும்.
இலவசங்கள் உயர
சோம்பல் உயரும்.
சோம்பல் உயர
வறுமை உயரும்.
வறுமை உயர
அரசின் 'பெருமை' உயரும்.

☜

இரண்டு நண்பர்களிடமும்
இரண்டு கருத்துக்கள் இருப்பது –
அவர்களுக்கு
இரண்டு தனித்தனி மூளைகள்
இருப்பதன் அடையாளமே.

☜

~

பெற்றோர்களிடம் கற்றதையே,
சமூகத்திடமும் சரியென்று
உணர்கின்றனர் குழந்தைகள்...
சரளமாய்ப்
பொய் பேசுவதை.
~

வீட்டிலிருக்கும்போது
வேண்டாமெனவும்,
இரவுப் பணியிலிருக்கையில்
உடனடியாக
வேண்டுமெனவும்
விடியலைப் பார்க்கிறான்...
ஆலைத் தொழிலாளி.
~

ஃ

பட்டாம்பூச்சிகளுடனும்
பஞ்சவர்ணக்கிளியுடனும்
போட்டியிட முடியாமல்
திண்டாடி
வெட்கித் தலைமறைகின்றதோ...
வானவில்.
ஃ

குழந்தைகள்
விளையாடுவதை மறுக்கும்
பெற்றோர்களுக்கும்,
விளையாட்டை மறந்த
குழந்தைகளுக்கும்
வாழும் நாட்களை விட
வருந்தும் நாட்கள்
அதிகமாகின்றன.
ஃ

எல்லாப் பேரூர்களுக்குள்ளும்
நுழையும்போதே
தண்ணீரில்லாத
அல்லது
சாக்கடைநீரால் நிறைந்த
ஆற்றின் பாலத்தைக் கடக்கிறோம்...
கனத்த மனதுடன்.
ஃ

ஐ

உயரத்தில் இருப்பதல்ல...
உயரே இருக்கும்போதும்
எவ்வளவு
உயர்வான சிந்தனையோடு
இருக்கிறோம்
என்பதிலிருக்கிறது
நமக்கான பெருமை.
ஐ

மேம்பாலம் ஏறும்போதெல்லாம்
நினைத்துக்கொள்கிறேன்
எத்தனை உயரம் ஏறிலும்
தரைதான் நிரந்தரம் என்பதை.
ஐ

இரவின் நீளம் தெரிய
நட்சத்திரங்களாய்
விழித்திருக்க வேண்டாம்;
உழைத்தால் போதும்...
தொழிலாளியாய்.
ஐ

☯

பூக்களின்
முகவரிகளை
எங்கிருந்துதான்
சேகரிக்குமோ
பட்டாம்பூச்சிகள்.
வேண்டா வெறுப்பாய்
இடம் கொடுத்தும்
விடுக்கின்றன...
பூக்கள்.
☯

முகநூலின் பச்சை விளக்குகள்
நிஜ நூலுக்கு அளிக்கின்றன...
சிவப்பு விளக்குகள்.
☯

பிரிக்கப் பிரிக்க
குழந்தைகளை நெருங்குகின்றன...
பொம்மைகளின் மனங்கள்.
☯

ஐ

குழந்தைகளின்
ஆசைகள்
வேண்டுமானால்
பெரிதாயிருக்கலாம்.
ஆனால் -
அதை மறக்கடிக்கவோ
மறுக்கவோ
கொஞ்சம் மனம் நெகிழ்ந்த
அன்பு ஒன்றே போதும்.
ஐ

பயணங்களில்
கிடைக்கும் கவிதைகளில்
பாதிகூட பதிவாவதில்லை...
எழுத்தாக காகிதங்களில்.
ஐ

மற்றவர்களை
தன்னோடு இணைத்து
பறக்க வைக்கத் துடித்தது
அக்னிச் சிறகு.
இப்போதோ -
பலரையும் தானே
எழுந்து பறக்க
வாய்ப்பளித்து ஓய்ந்ததே..!
ஐ

ಜ

ஒரே ஒரு நொடி
உண்மையான நிபந்தனையில்லா
அன்பு போதும்.
வாழ்நாள் முழுதும்
அவர்கள் அன்பைப் பெற
குழந்தைகள் அவ்வளவு
பரந்த மனதுடையவர்கள்
தொடர்ந்து நாம் கவனிக்கத் தவறினாலும்
நம் அன்பைப் பெறுவதில்
வெற்றி பெறும் வல்லமை பெற்றவர்கள்
குழந்தைகள்.
ಜ

৪০

கொண்டாட
மறுப்பவர்களையும்
நேசிக்கும்
பரந்த மனதுடையவர்கள்
குழந்தைகள்.
৪০

பட்டாம்பூச்சிகளின்
அழகில்
அதன் எடையை
சுமக்கும் வலியை
மறக்கின்றன...
செடிகள்.
৪০

ஃ

ஏடிஎம்–மில்கூட
ஓவர் டிராஃப்டில் பணம் வரலாம்.
குழாயில் தண்ணீர் வர
கண்டிப்பாக
சேமிக்க வேண்டும்...
பூமியில்.

ஃ

சுதந்திரமாக
தலையையோ
மூக்கையோ
சொரிய முடியவில்லை!
எதிரில் வரும்
பொண்டாட்டி புள்ளைக்குக் கூட
அடையாளம் தெரியலை!
எல்லாத்துக்கும் மேல
எல்லா இடத்துக்கும்
தூக்கிட்டுப்போக முடியாம
அதுக்கும்கூட
தனி டோக்கன் போட்டிச்சு!
தலையை காப்பதான
தலைக் கவசங்கள்
சில நேரங்களில்
தலையைச் சொறிய முடியாத
சங்கடங்களையும்
தந்து விடுகின்றன.

ஃ

ஐ

காதில் வந்து கிறுகிறுக்கும்
கொசுவுக்கு தெரிவதில்லை
அது விடுவிப்பது
நாம் மேட் போடவில்லை என்ற
இரகசியமென்பது என.
ஐ

இறங்க வேண்டிய் இடம்
கடைசி ஆளாய் இறங்கினேன்...
பேருந்தில் பிடித்த பாடல்.
ஐ

எதிர்காலத்தைப் பற்றிய
அளவில்லா பயத்தால்
நிகழ்காலம் நரகமாகிறது.
நிகழ்காலம் நரகமாவதால்
எதிர்காலம் பற்றிய
கொஞ்சநஞ்ச பார்வையும்
கேள்விக்குறியாகிறது.
ஐ

குழந்தைகளைப்
புரிந்துகொள்ளாமலேயே
வாழ எத்தனிப்பது,
துணையில்லா
நெடுவழிப்பயணத்திற்குச் சமம்.
ஐ

ಐ

பட்டங்களை
வானில் உயர்த்தும்
முயற்சியில்
ஒருபோதும்
தோற்பதில்லை குழந்தைகள்.
என்ன செய்வது...
ஆர்வமுள்ள இடங்களில்தானே
உழைப்பைச் செலுத்த முடிகிறது...
இயல்பாக.
❖

குனிஞ்சுப் பெருக்கு...
பெஞ்சைத் தூக்கு...
என்பதிலிருந்தே தொடங்குகிறது
ஆண் பெண் சமத்துவமின்மை...
வீடானாலும் நாடானாலும்.
❖

ஃ

வாழ்க்கையில் நமக்கான
படிப்பினைகளை
எப்போதும் கொடுப்பவை...
சில நேரங்களில்
கற்க மறுப்பதும் மறப்பதுமே.
ஃ

விரும்பி செய்யும்
எந்த செயலும்
வெறுப்பைக் கொடுப்பதில்லை...
வாழ்க்கையிலும் சரி,
வகுப்பறையிலும் சரி.
ஃ

பறவைகளுக்குப் பறக்கவும்
குழந்தைகள் நேர்மையாயிருக்கவும்
கற்றுக்கொள்ள
சூழல் மட்டும்
சரியாக அமைந்தாலே
வாழ்க்கை வசந்தமாகும்.
ஃ

விரைவாய் நகரும்
புறவழிச்சாலையெங்கும்
சிதறிய உடலோடு மரங்கள்.
அடக்கம் செய்யச் சொல்லும்
முனகல்களோடு.
ஃ

ஃ

அழுக்குத் தண்ணீரில்
வெண்மை வாத்துக்களின்
இரை தேடல்!
தனது நிறத்துடனேயே
கரையேறுகின்றன
பெருமையாய்!
ஃ

வழிதவறும்
நீர்நிலைகளின் வழிகளை
சரியாக அடைகின்றன...
மறித்துக் கட்டப்படும்
வீடுகளின் சாக்கடைகள்.
ஃ

மீண்டும் மீண்டும்
ஒரே பணியைச் செய்ய
குழந்தைகளுக்கும்
கீழ்ப் பணியாளர்களுக்கும்
அறிவுறுத்தும்
பெற்றோரும் ஆசிரியர்களும்
அதிகாரிகளும்
புரிந்துகொள்ள வேண்டிய ஒன்று...
தனக்குப் புரிய வைப்பதற்கான
தெளிவு போதவில்லை என்பதே.
ஃ

ஃ

கிராமங்களில் சந்திக்கும்
சின்னச் சின்ன அசௌகரியங்களைப்
பொறுக்க இயலாமல்
நகரத்திற்கு நகரும் பலர்,
அங்குள்ள பெரிய பெரிய அசௌகரியங்களுக்கேற்ப
பழக்கிக் கொள்கின்றனர்...
தங்களை.

ஃ

எதிர்க்க வாய்ப்புள்ள இடங்களில்
காது கேட்பதாகவும்,
ஏனைய இடங்களில்
கேளாதோர் போலவும்
இயல்பாகவே பழகிக்கொள்கின்றனர்...
ஒப்பனை மனிதர்கள்.

ஃ

ஃ
வாழ்வளிக்கும்
மழைக்கெதிராக
கறுப்புக்குடைகளுடன்
போர்க்கொடி உயர்த்துகிறோம்.
ஆயினும் -
தன் கடமையைச் செய்ய
தவறுவதேயில்லை...
வான்மழை.
ஃ

வகுப்பறைகளில்
கற்கும் கடன் வாங்கும் கழித்தல்
வாழ்நாள் முழுதும் தொடர்கிறது!
நுகர்வுமய கலாச்சாரம்
கடன் வாங்காமல்
வாழ்க்கையை நடத்தவிடுவதில்லை!
என்ன செய்வது...
கடன் வாங்கிக்
'கல்வி' கற்கப் பழகிவிட்டோம்...
'பிச்சைப் புகினும் கற்கை நன்று' என்று
படித்தபடியே.
ஃ

୬

வெயில் காலத்தில்
மழையையும்
மழைக்காலத்தில்
வெயிலையும் விரும்புகிறோம்...
கிடைக்காததை விரும்பியே
ஏங்குகிறோம்...
எப்பவும்.
୬

செங்கல் சூளையிட்டவரும்
பயிர் காயும் நிலத்துடையவரும்
மழை குறித்து வேண்டுதலோடு.
தர்மசங்கடத்தில் சாமி.
୬

பரபரப்பாய் இயங்கும்
குழந்தைகளை
மெல்ல மெல்ல
அமைதிப்படுத்தி,
கூச்ச சுபாவமிக்கவராய்
மாற்றுவதற்குப்
பெயர் வைத்திருக்கிறோம்...
குழந்தை வளர்ப்பென்று.
୬

௧

கோடையானால் மட்டும்
பனிக்கட்டியை விட
வேகமாய் கரைந்து போகிறதே...
விடுமுறை நாட்கள்.
௧

மறதி மட்டும்
இல்லையென்றால்
நம்மில் பலர்
என்றோ பைத்தியமாயிருப்போம்!
நினைவும் மறதியுமே
நமக்கு மூளையிருப்பதன்
அடையாளங்களாகி விட்டன.
௧

பேருந்தில் இடம் கிடைக்காதென்று
தனித்தனி மகிழுந்தில் கிளம்பினோம்.
இப்போது -
இடமில்லை சாலையில்.
௧

ಬಿ
தவடையில் அடித்த வலி
குறைவதற்குள்
அடுத்த சேட்டைகள்
அரங்கேறுகின்றன!
நினைவில் வைத்துக்கொண்டு
மீண்டும் நேரம் சென்று
அடிக்கும் பொறுப்பு நமதாகிறது!
குழந்தைமையைத் தொலைக்காமலிருக்க
அவர்களும்,
பொறுப்பை உணர்த்தும்
அவசரத்தில் நாமும்.
ಬಿ

பூக்களைச் சூடியதற்காக
கர்வப்படவோ
சுமப்பதற்காக வருத்தமோ
அடைவதில்லை
செடிகள்.
ಬಿ

யாருடைய அறிவையும் உயர்த்தியதாக
ஒரு போதும் தம்பட்டம்
அடித்துக் கொண்டதேயில்லை...
புத்தகங்கள்.
ಬಿ

ல

திருவிழாக்களின்
மிச்ச சொச்சமாய்
சருகுகளும்
சந்தோஷங்களிருந்த
நிலை மாறி...
சாகாவரம் பெற்ற
பாலிதீன் பைகளும்
சாக்கடை நாற்றமுமே
மிஞ்சுகிறது இப்போது.
ல

'இவர் ஒரு டீச்சர்'
என்ற அறிமுகம் போதும்;
பல நேரங்களில்
இயல்பாய் பேசிக்கொண்டிருக்கும்
குழந்தையொன்றினை
மௌனமாக்க.
ல

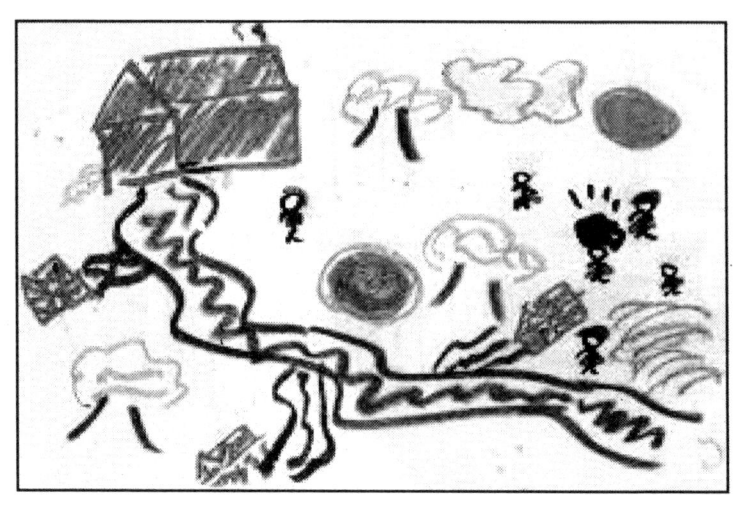

߀

கற்க மட்டும்
மனமிருந்தால்
எல்லோரிடமிருந்தும்
கற்க இயலும்!
எப்போது
கற்க புதிதாயில்லை
என எண்ணுகிறோமோ
அப்போதே கற்றுக்கொடுப்பதையும்
நிறுத்தி விடுதல் நல்லதாகும்.
߀

அம்மா அடித்த அடியின்
வலியைப் போக்கும் சக்தி
அம்மாவின்
அரவணைப்பிலேயே உள்ளது.
߀

૪

மழையில் நனைகிற
பட்டாம்பூச்சியின்
பச்சைக்கிளியின்
நிறம் குறையுமோ...
ஏக்கத்தில் ஏழைச் சிறுமி.
૪

சமூகம் நமக்கு
என்ன செய்யவேண்டுமென்று
எதிர்பார்க்கிறோமோ,
அதனை அடுத்தவர்களுக்கு
நாம் செய்துகொண்டே
எதிர்பார்ப்பதே...
உண்மைக் கல்வியின் அழகு.
૪

கூட்டாஞ்சோறு
சமைத்து விளையாடியோருக்கு
மெகா சிட்டி விளையாட்டையும்
பொக்லைனையும்
அறிமுகப்படுத்துகிறது...
புதிய தாராளமயம்.
૪

ஐ

அம்மாவோ
அப்பாவோ
அடுத்தவர் முன்
அடித்தால் மட்டும்
அதிகம் வலிக்கிறது
குழந்தைகளுக்கு!
அம்மா அப்பாவின்
அன்பையே
பெறாதவர் என்று
அடையாளப்பட்டு விடுவோமென்கிற
அச்சம் தருகிற வலியும் சேர்வதால்.
ஐ

இலைகள்
பூக்கள்
காய்கள்
இப்படியாகத் தன்னிடம்
பழையதாகும்
எதையும்
தம்மிடம்
வைத்துக்கொள்வதில்லை...
யோசிக்கவே தெரியாத
ஜட மரங்கள்.
ஐ

ஐ

*தினம் தினம்
பல தந்திரங்களால்
முட்டாள்களாக
ஆக்கப்படுகின்றோம்.
நமக்கென்று தனியே
இன்னொரு நாள் தேவையா...
ஏப்ரல்- 1 என்று.*
ஐ

*கோலங்களைக்
கலைக்காமல்
காலி செய்யும்
எறும்புகளிடமிருந்துதான்
தடயமே இல்லாமல்
சுருட்டக் கற்றுக் கொண்டனரோ...
சுயநல அரசியல்வாதிகள்.*
ஐ

ஃ

கேரி பேக்கைத் தவிர்க்க
பிக் ஷாப்பருடன் கிளம்பினேன்.
பிக் ஷாப்பரில்
வாரிவந்தேன்...
கேரி பேக்குகளை.

ஃ

கொடிய பகைவனாகி விடுகின்றன...
குளிர்கால இரவுகள்
வீடில்லா நடைபாதை வாசிகளுக்கு.

ஃ

குழந்தை கேட்டது...
நாம் தூங்கிய பின்
நம் வீட்டுக் கடிகார நொடிமுள்ளும்
தூங்கி விடுமாவென்று.

ஃ

ஐ

இரவின் நீட்சியை விழிப்பும்,
நொடிகளின் அருமையை
சாலை சந்திப்பின்
சமிக்ஞை விளக்குகளும்
உணர்த்திவிடுகின்றன...
யாவர்க்கும்.
ஐ

இரவில் முகத்தைத் திருப்பியபடி
அம்மாவிடம்
முறுக்கிக் கொண்டு
தூங்கினாலும்,
அம்மாவின் கழுத்தைக்
கட்டிக்கொண்டபடியே
காலையில் எழுகின்றன...
குழந்தைகள்.
ஐ

அதிகமான விலைக்குத்தான்
அடகுபோனார்...
கண்ணியமான மந்திரி.
ஐ

ஐ

வலிந்து சென்று
வண்டுகள்
பேசக் காரணமே...
பூக்களின் மொழி
மௌனமாயிருப்பதால்தான்.
ஐ

குழந்தைகள்
உடனே பெரியவர்களாகவும்,
பெரியவர்கள்
குழந்தைகளாகவும் மாட்டோமாவென்று
ஏங்குவதே வாழ்க்கை!
முதலாவது
அதிகாரத்தின் மேலுள்ள பற்று;
இரண்டாவது
இயலாமையை ஏற்க இயலா மனது.
ஐ

ல

தங்க நகைகளுக்கான
செய்கூலி சேதாரத்தை விட
அதிகமாயிருக்கிறது...
ஜஜஎம், ஜஜடி-களின்
மாணவர்களாவது.

ல

விவசாய நிலங்களை
சரியாகவே அடைகின்றன...
ரியல் எஸ்டேட் பாதைகள்.

ல

மாடுகளோடு
மனிதர்கள் மல்லுக்கட்டியது போய்
மனிதர்களோடு மனிதர்கள்
மல்லுக்கட்டிக் கொண்டிருக்கிறோம்
ஜல்லிக்கட்டு நடத்த!
காளைகள்
மனதுக்குள் பேசிக் கொள்ளலாம்...
'நாங்க ரெடி!
நீங்க முதல்ல
பேசித் தீர்த்துக்கிட்டு வாங்க'வென்று.

ல

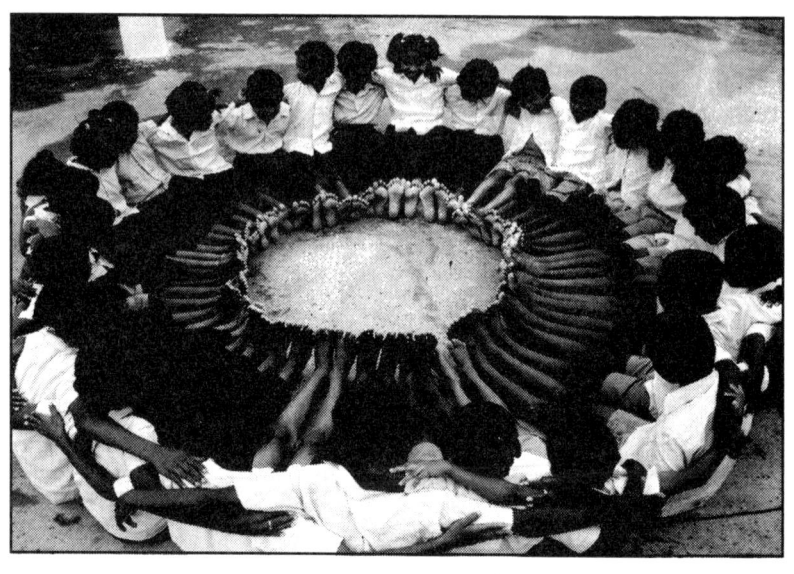

৪

நாடும் வீடும்
கடன் வாங்க பயப்படுவதும்
ஞானத்தின் ஆரம்பமே.

৪

விளை நிலத்தில்
நடுகல்லை நட்டபின்
பயிர் உயர வாய்ப்பில்லை!
விலை உயர்வே
நிலத்துக்கு மட்டுமல்ல...
உணவுக்கும்தான்.

৪

ஃ

உள்ளூர் தரம் போய்
இப்போது உலகத் தரம்.
சிகிச்சையால் நாம் உயர்கிறோம்...
வாழ்க..!
சந்தைப் பொருளாதார உலகமயம்.

ஃ

பாரதி
நீ 'பாட்டு'க்குப்
பாடிவிட்டுப் போனதைத்தான்,
நாங்கள் இப்போது
வெறும் 'பாட்டுக்கு'ப் பாடுகிறோம்..!

ஃ

கவிதை கிடைக்காத காலையில்
கவிதையாய்
வந்த விதை.

ஃ

நேசிக்காதவர்களையும்
நேசம் காட்டி திருத்துகிறார்கள்...
குழந்தைகள்.

ஃ

ஐ

கட்டணமில்லாமலோ,
கட்டணத்துடனோ
எப்படிப் பராமரித்தாலும்
கழிவறைகளைக் கடக்கும் போதெல்லாம்
தன்னிச்சையாய்
மூக்கின்மேல்
விரல் வைக்கும்படியாகிறதே..!
ஐ

குழந்தைகளின்
ஒவ்வொரு அசைவும்
தாய்க்கு மட்டுமே
எப்படித்தான்
புரியும் மொழியாக உள்ளதோ..?
ஐ

ல

தூக்கத்தில் சிரிக்கும் குழந்தை
கனவில் வந்திருக்குமோ...
எதிர்காலப் பள்ளிக்கல்வி.

ல

பூக்களைப் போல் சிரிக்க
யாரிடம் கற்க இயலும்..?
குழந்தைகளைத் தவிர்த்து.

ல

எந்த ஒப்பனை நிலையமும்
செல்லாமல்
இயல்பிலேயே அழகாய்
வண்ணத்துப்பூச்சிகள்.

ல

ஏழைகளுக்கோ உணவுப் பஞ்சம்;
செல்வந்தர்கள் வீட்டிலோ
பசிக்குப் பஞ்சம்.

ல

தூக்கத்திற்கும் இரவிற்கும் போட்டி.
எப்போதும் இரவிற்கே வெற்றி;
விடியலே கோப்பை,
நடுவராய் சூரியன்.

ல

ஐ

மல்லியோ முல்லையோ
நம்மை மாய்க்க உதவும்
நச்சு வாயுக்களோ...
மணங்கள்
முகவரி இல்லாமல்
மூக்கை அடைகின்றன...
காற்றின் கைவரிசையால்.
ஐ

மனிதனாய்த்தான் நடந்தேன்.
ஏனோ நண்பன் கேட்டான்;
எங்கே கால்நடையாய் என்று..?
ஐ

ஐ

பெற்றோரான பிறகே
எல்லோர்க்கும் புரிகிறது...
பெற்றோர்களின் அருமை.
ஐ

புரிய புரிய
நீண்டுகொண்டே செல்கிறது...
குழந்தைமை பற்றிய புரியாமை.
ஐ

தாராளமயமாக்கம்
கிராமங்கள் வரை நீண்டன...
வட்டிக்கடைகள்.
ஐ

எதிர்வீட்டு மாப்பிள்ளை
உதைத்தது ஸ்கூட்டர்.
கலங்கியது அப்பா வயிறு.
ஐ

புடலங்காய்க்கு
புவியீர்ப்பு விசை புரிந்தது...
கல் கட்டிய பிறகே.
ஐ

௧

மழையின் ஓசையோடு
அதிகாலையிலேயே
போட்டிப் போடுகிறது...
குறட்டைச் சத்தமும்
பால்காரர் குரலும்.
௧

எப்போதும் குழந்தைகளால்
மட்டுமே முடிகிறது
தவறுகளிலிருந்த கற்க.
இந்த இரகசியத்தை
ஏற்க இயல்வதில்லை...
நம்மால்தான்.
௧